HẠC CẦM

HẠC CẦM

thơ
Tiểu Lục Thần Phong

Nhân Ảnh
2019

HẠC CẦM

Thơ **Tiểu Lục Thần Phong**
Bìa: **Uyên Nguyên Trần Triết**
Trình bày: **Nguyễn Thành**
Nhân Ảnh Xuất Bản **2019**
ISBN: 9781927781890
Copyright © 2019 by Tieu Luc Than Phong

HẠC CẦM

Dòng thanh âm trong trẻo vang lên như tiếng pha lê khua, lại như tiếng ngọc giao nhau. Bọn nhạc công thiên nữ, đồng nam ngơ ngác nhìn nhau:

- Miền đất phương Nam của xứ Sa- Bà có âm thanh này sao?

Bọn họ lắng nghe, khi thì chau mày, khi thì ngẩn ngơ... Tiếng tơ réo rắt xoáy sâu vào tâm hồn họ, có lúc cung đàn lại thì thầm như lời tự tình của tình yêu... Vườn địa đàng hay chốn trần gian khi yêu nào có khác gì nhau! Tất cả cùng chơi vơi trong bể tình, khi bên nhau thì cả một địa đàng bướm hoa, khi không tròn mộng thì cát bụi ùn lên. Bất chợt cung đàn vang lên âm bén như gươm đao, nhọn như giáo mác. Nó nói lên nỗi lòng người nghệ sĩ đau vì nước non đang hồi nhiễu nhương sóng gió, tiếng tơ như cứa lòng cắt ruột. Quốc gia này, non nước này của cha ông từ bao đời xây dựng giữ gìn, vậy mà giờ đây bọn hậu sinh đem ra chia chác, bán mua để đổi lấy sự vinh thân phì gia.

Tiếng hạc cầm lại như sấm sét, như bão giông. Nó nhắc lại những chiến công hiển hách của tiền nhân. Nó như hồi kèn xung trận, như tiếng trống xuất binh. Nó lại vang lên khúc khải hoàn ca khi đất nước sạch bóng quân xâm lăng.

Người nghệ sĩ không chỉ biết vuốt ve nâng niu cung đàn để mua vui, không chỉ tấu hạc cầm để mưu sinh, càng không phải khảy khúc này để tự ru mình "chỉ làm nghệ thuật" mà quên đi bổn phận con dân! Trước khi là một nghệ sĩ, người nghệ sĩ đã là một công dân. Quốc gia một khi mất thì liệu người nghệ sĩ kia có còn "đất" để mà ngồi đó nắn nót cung đàn?

Dòng thanh âm vi diệu kia từ những ngón tay xương thịt, dòng tư tưởng trác tuyệt từ trong thân xác tứ đại của người đã làm trời đất giao hoà, lòng người dậy sóng. Nghề chơi cũng lắm công phu, cũng đã từng: "... nhỏ máu năm đầu ngón tay" mới thành nghề, thành tay lão luyện. Công phu cùng với tiếng lòng lưu xuất đã làm nên tuyệt tích cho đời! Bởi vậy nên:

Tiếng đâu thánh thót cung đàn
Vô tình khách những lỡ làng tử sanh
Rằng người phát tiết tinh anh
Tiếc mình muôn dặm ngoại thành Hạc Hoa.
(thơ - TLTP)

Hạc cầm từ phương Tây xa xôi lại về với phương Đông, cội nguồn của bao nền văn minh, cội nguồn của cung thương ngũ âm. Hạc cầm từ Babylon, Athens, Rome, Vienna... về thành đô phương Nam của nước Việt. Khúc nhạc trong trẻo bay lên, bay cao, bay xa... vượt qua những âm thanh xô bồ nhộn nhịp của đời thường. Cả thành đô với bao nhiêu người nhưng dễ có mấy ai lắng tai nghe và trong số ấy có mấy ai thẩm thấu được cung đàn? Bởi thế người xưa mới nói: "Đắc nhất tri kỷ khả dĩ bất hận". Cung đàn thà không gẩy chứ đem gẩy cho kẻ thô lậu thì đau lắm hạc cầm.

Hạc cầm thổ lộ tiếng lòng, nhắn nhủ lời thương lời nhớ. Khách vô tình lướt qua, chỉ có kẻ du tử dừng chân lắng nghe trọn cung đàn, để rồi tương tư từ đó. Người nghệ sĩ mỉn cười, đời có được giây phút này kể cũng không tiếc chi cuộc trăm năm ngắn hay dài! Tình yêu người nghệ sĩ gởi vào tiếng đàn đã lọt vào trái tim gã du tử, kẻ tình cờ ghé đến nơi này, để rồi mãi mãi và mãi mãi...

Tấm lòng yêu nước thương dân của người nghệ sĩ, thức tỉnh người mê, gióng lên lời oán thán của người dân nước Việt, nhắc nhở dĩ vãng hào hùng và hiển hách của cha ông. Mơ mộng về những giai thoại hay điển tích đầy ắp tình người. Nếu người nữ tù trưởng cỡi bạch tượng xung trận trong khí thế hào hùng bao nhiêu, thì những đêm lửa trại rượu cần lại đắm đuối và quyến rũ bấy nhiêu. Người nghệ sĩ, gã du tử... bỏ đi sao đành!

Hạc cầm, vốn là món đồ trang sức cho nhà quyền

quý, là thanh âm dành cho những bậc am hiểu… Nay Hạc cầm hoà mình với người dân, nói lên tiếng nói của người dân: hãy giữ lấy nước nhà! Hạc cầm vẫn ngày đêm thao thức, tình yêu cá nhân không tách rời tình yêu đất nước. Nghệ thuật không sống trong tháp ngà mà sống với nhịp tim và hơi thở của cuộc sống đời thường.

Dòng thanh âm vang lên, trời đất phong quang, lòng người thênh thang, cổ kim cùng hiện, trong ngoài cùng tương ái tương thân. Người nghệ sĩ kia vẫn ngày đêm nắn nót cung đàn. Gã du tử nọ vẫn thao thức với những dòng thi ca. Bọn họ như con tằm miệt mài nhả tơ hiến dâng cho đời.

Tiểu Lục Thần Phong
Ất Lăng thành, 8/2019

HẠC CẦM

1

Tử em
rất mực dịu hiền
Ngón tay nắn nót
một miền âm thanh

Trăm năm mộng vẫn chưa thành
Hạc cầm thánh thót mà xanh xao đời.

2

Đẹp thay
đôi mắt biếc ngời
Sầu sao lặng lẽ
em cười liêu trai

Thanh thanh vóc hạc hình hài
Ngón ngà nhẹ vuốt rì rào sóng đưa.

3

Thương nhau
biết mấy cho vừa
Cội nguồn róc rách
âm vừa vang lên

Tháng ngày lặng lẽ không tên
Nhớ người thao thức ngồi bên bạc cầm.

4

Vỡ thành
cung bậc thanh âm
Khảy lên này khúc
cung trầm thiết tha

Em về giữa hạ du ca
Rong chơi một dải giang hà nước non.

5

Xót xa
dâu bể sóng cồn
Châu thành giờ đã
hao mòn nhiều phần

Ngập trời oán thán tiếng dân
Người đau của mất xa gần oan khiên.

6

Thiệt thòi
cương thổ ngoại biên
Biển xanh đỏ máu
đắm thuyền dân ta

Trường Sa cho chí Hoàng Sa
Giặc Tàu đã cướp sơn hà thậm nguy.

7

Quan quyền
vô cảm bất tri
Cam tâm bán nước
chỉ vì ngôi cao

Ngón tay khảy bật máu đào
Hạc cầm tấu khúc đớn đau lòng người.

8

Nước non này
đã bao đời
Cha ông gầy dựng
biển trời khắc ghi

Sơn hà một cõi xanh rì
Nay đà loang lổ từ khi bụi hồng.

9

Khúc đâu
vang động trống đồng
Hay lời hiệu triệu
con rồng cháu tiên

Khúc đâu dậy khắp ba miền
Giục người thức tỉnh thôi triền miên mê.

10

Khúc đâu
phất phới ngọn cờ
Gọi người giữ lấy
cõi bờ nước non

Khúc đâu như dậy sóng cồn
Hay lời di nguyện ấy hồn tổ tiên.

11

Miếu đền
rất mực linh thiêng
Cơ đồ Lạc Việt
vẫn truyền mai sau

Hạc cầm tấu khúc bể dâu
Tay tiên lả lướt sóng sầu em ơi.

12

Gầy hao
vóc hạc giữa đời
Mà đôi mắt biếc
vẫn ngời sắc son

Cầm ca thương lấy nước non
Thì cơ đồ ắt hãy còn chưa vong.

13

Cháu con
tương tục nối giòng
Giống nòi Âu Việt
Lạc Hồng vẻ vang

Hạ vàng áo lụa xênh xang
Nhập thần nhặt tấu cung đàn phi phong.

14

Ngón nghề
thâm hậu nội công
Võ cung bậc hiện
hoá dòng nội tâm

Đất trời cuồn cuộn sóng âm
Mình nao núc lắm hạc cầm đam mê.

15

Dốc lòng
tri kỷ lắng nghe
Thương người tấu nhạc
dòng thơ tuyệt tình

Rằng từng thuộc lấy Tâm Kinh
Sắc- không hiểu vậy sao mình thiết tha.

16

Nhân duyên
kiếp trước chăng là
Gặp đây giữa cõi
Sa-Bà khổ kham

Tự thân thôi có ai làm
Nhìn nhau mà thấy tâm thầm xuyến xao.

17

Sầu thương
thao thức má đào
Khoan hoà là khúc
phổ vào trang thơ

Dạ dường lẳng lặng ngẩn ngơ
Theo giòng nước chảy mấy bờ xa xa.

18

Sầu xưa
ngút ngát dương tà
Tình lên chất ngất
non đà trắng mây

Nghe chừng khoé mắt cay cay
Cầm lòng chẳng đặng nhớ ngày gặp nhau.

19

Cầm tay
nói chuyện mai sau
Buổi đầu tao ngộ
về đâu bạc cầm

Dãi dầu mưa nắng tháng năm
Mối tình trong trắng tơ tằm vấn vương.

20

Mình quen nhau
giữa con đường
Bốn mùa lãng đãng
dễ thường quên sao

Này em mắt biếc má đào
Hữu tình chi bấy mà nao nao lòng.

21

Em mơ
pháo đỏ rượu hồng
Tôi hai tay trắng
ở trong đất trời

Đa mang chi nặng cho đời
Thì thôi lặng lẽ không lời từ quy.

22

Lờ mờ
dấu vết chim di
Mấy mùa hạ cũ
thôi thì thế thôi

Châu thành vẫn trắng mây trôi
Mình trời phương ngoại lẻ loi đi về.

23

Tiếng đâu
thánh thót bốn bề
Cung đàn xưa bãy
bây giờ còn ngân

Một hôm người ngọc khỏa thân
Ngón ngà ve vuốt trong ngần tiếng tơ.

24

Cõi đời
như thực như mơ
Cuộc trăm năm có
bao giờ đẹp hơn

Mỹ từ lý thực như chơn
Hiện trong lạc khúc tiếng đờn hỷ hoan.

25

Bên thềm
tim tím hoa xoan
Hương nồng nàn bãy
vẫn còn đâu đây

Người ngồi lựa khúc so dây
Mình còn quấn quít hồn say hạc cầm.

26

Mùa thu
lặng lẽ âm thầm
Sớm mai chợt nhuộm
vàng tâm lá rừng

Trời xanh xanh ngát mấy từng
Tiếng chim cu rúc nó mừng gọi nhau.

27

Cất vò
rượu cúc bấy lâu
Một đêm túy lúy
bên cầu nước xuôi

Nhớ người da diết khôn nguôi
Ngóng về cố quận núi đồi phế phong.

28

Giặc Tàu
cướp lấy biển Đông
Bao nhiêu ô nhiễm
ngập trong đất trời

Núi rừng đồng ruộng tơi bời
Cá chim chết chóc người thời lao lung.

29

Kể sao xiết
nỗi bãi bùng
Tương lai mờ mịt
vô cùng hiểm nguy

Cơ đồ chìm đắm suy vi
Họa thành Bắc Thuộc cũng vì quan quân.

30

Giận thay
một lũ gian thần
Cầu vinh bán nước
buôn dân lấy lừng

Tổ tiên hào kiệt anh hùng
Đánh tan giặc dữ tận cùng giáp manh.

31

Ngàn đời
rạng rỡ oai danh
Này em Việt sử
đã thành hùng ca

Mờ sương khói toả xa xa
Vàng gieo trong gió la đà lá bay.

32

Khúc hồ điệp
vũ mê say
Mình trong mộng mị
tháng ngày sầu đong

Đêm qua tuyết đổ ngoài đồng
Ô kìa trinh bạch tràn trong đất trời.

33

Bao la
lặng ngắt không lời
Trùng trùng vô tận
đất trời nguyên sơ

Núi sông không có bến bờ
Lòng người chia chẻ nên vờ vật đau.

34

Mùa đông
em nhé một màu
Thời gian lưu lạc
bạc đầu nhớ thương

Mình không chung một con đường
Mà lòng lưu luyến như dường chưa xa.

35

Hạc cầm
tấu khúc đêm qua
Ấy là tri kỷ
hay là liêu trai

Mỏng manh thanh vận bình bài
Khúc giao hoà ấy vốn ngoài giác tri.

36

Này em
đương độ xuân thì
Thương nhau mình chẳng
có gì tiếc nhau

Khúc này gởi đến mai sau
Nhắn người đồng điệu cùng đau nỗi tình.

37

Mùa xuân
mai nở sân đình
Em về trẩy hội
xúng xính áo xiêm

Lên đồi hái nụ hoa sim
Ngồi nghe gió hát giữa miền hương thôn.

38

Cửa thiền
vốn thật vô môn
Dụng chi mê lộ
ngăn con đường về

Mùa xuân xanh ngát bốn bề
Cỏ hoa ngút ngát bến bờ hương quan.

39

Mười năm
giấc mộng chưa tàn
Mình mơ hay chú
bướm vàng hoá thân

Mỗi ngày lại một thanh tân
Dù mình vất vả nhọc nhằn mưu sinh.

40

Ngày ngày
đụng chuyện vô minh
Hơn thua chi bấy
vô tình hại nhau
Sa-Bà chung một niềm đau
Tử-sanh bất tận một màu đổi thay.

41

Ngọt ngào
pha lẫn đắng cay
Công danh chửa đạt
mà mày trắng phơ

Thân này bất tịnh vốn dơ
Thọ càng dính mắc ê chề khổ sao.

42

Tâm vô thường
lắm lao đao
Pháp thì vô ngã
vốn nào có đâu

Dòng đời tương tục bể dâu
Sang hèn cũng nắm cỏ khâu nấm mồ.

43

Cất công
trang điểm vẽ tô
Gạt người một lẽ
ngây ngô phụ mình

Dù rằng mắt đẹp mày xinh
Dễ gì buông bỏ vô tình em ơi.

44

Sắc sao
ràng buộc cuộc đời
Thanh sao réo rắt
hồn người nhớ nhung

Hương còn khêu gợi tình chung
Vị đời mê đắm đến cùng chưa thôi.

45

Xúc dù gần
hoặc xa xôi
Sướng trong giây lát
khổ hoài đa mang

Pháp trần sanh diệt lỡ làng
Vốn không tự tánh lại ràng buộc ta.

46

Độ sanh
bản nguyện Di Đà
Bất sanh bất diệt
ấy là Như Lai

Thành tâm quỳ dưới Phật đài
Cúng dường dâng chuỗi hoa lài ngát hương.

47

Phật thân
hoá hiện mười phương
Cổ kim hiện tại
vẫn thường trụ đây

Sen vàng chín phẩm phương Tây
Nở ra bát ngát đức dày biết bao.

48

Cung trời
phương ngoại nao nao
Thương người cố quận
gầy bao muộn màng

Vết trầm lặng giữa con đàng
Dẫu không chung cuộc đá vàng biết nhau.

49

Tháng ngày
thấm thoát qua mau
Nửa đời đã thấu
nỗi sầu trăm năm

Bóng người mắt biếc xa xăm
Nửa đêm thắp nến hạc cầm vút cao.

50

Âm ba
xao động ngân hà
Một đàn bạch hạc
bay qua giữa trời

Mạn Thù hoa trắng rơi rơi
Bóng trăng tịch mặc chiếu ngời nước non.

51

Tiếng đàu
như dậy sóng cồn
Ầm ầm con nước
đổ dồn một phương

Tiếng tơ thủ thỉ đêm trường
Nhớ người trong dạ vấn vương tháng ngày.

52

Tiếng như
khoan nhặt tỏ bày
Nhìn nhau chốc lát
kiếp này nợ nhau

Biết còn có hẹn mai sau
Mắt trong đáy mắt biếc sầu chứa chan.

53

Tàn canh
khuyết mảnh trăng vàng
Người trong châu quận
người ngàn dặm xa

Hạc cầm người gảy thiết tha
Lắng tai người xứng đáng là tri âm.

54

Nhớ người
khắc khoải trong tâm
Thương người tấu khúc
tháng năm giữa đời

Đêm mơ lấy nụ em cười
Ngày cao thi hứng viết lời ngợi ca.

55

Em là
chỉ của riêng ta
Này đây vóc hạc
dáng ngà tấm thân

Một lòng quyết tận hiến dâng
Vì em yêu lấy chủ nhân của mình.

56

Tạ em
một dạ chung tình
Ơn em đêm nở
nụ quỳnh thoảng hương

Vì chưng ngắn ngủi vô thường
Nên hoa quỳnh giữa đêm trường phút giây.

57

Bình minh
vừa mới rạng ngày
Sắc hương đã tận
chân mây cuối trời

Này em cái đẹp không lời
Mong manh là cái tuyệt vời lắm thay.

58

Sát-na này
vốn đủ đầy
Cô đơn mình nhớ
tháng ngày sầu đưa

Nằm trong tâm cảnh sầu xưa
Muôn đời tình vẫn sầu thưa thớt sầu.

59

Ngây thơ
là mối tình đầu
Thiết tha là mối
tình đau phân kỳ

Muà xuân hoa lá xanh rì
Người trong cố quận nhớ gì ta chăng.

60

Mặc vườn
hoa lộng gió trăng
Chút tình trinh bạch
vĩnh hằng phỉ phong

Mùa xuân áo lụa tơ hồng
Dang tay ca hát giữa đồng cỏ hoang.

61

Đi qua
bộ lạc da vàng
Cỡi con bạch tượng
nữ hoàng xuất chinh

Ba ngàn trai tráng tinh binh
Cởi trần đóng khố bên mình hộ thân.

62

Ngày thời
đốc thúc ba quân
Đêm trường lửa trại
rượu cần ban ra

Bập bùng bên ngọn đuốc hoa
Má hồng lúng liếng thiết tha mắt nhìn.

63

Giữ chàng
du tử bên mình
Đêm say cuồng nhiệt
tận tình giao hoan

Tù và rúc động núi non
Sáng ra hạ lệnh công đồn xuất quân.

64

Giáo gươm
chẳng nệ gì thân
Đằng đằng sát khí
rần rần tiếng la

Ngày về tấu khải hoàn ca
Đồng nam buộc cổ ấy là tù binh.

65

Đã lâu
vắng khách đa tình
Hạc cầm lặng lẽ
như bình phôi pha

Đợi người tay ngọc ngón ngà
Vỗ lên cung bậc Sa-Bà ước ao.

66

Muôn nghìn
lòng cũng nao nao
Tiếng vàng tiếng sắt
tiếng khao khát chờ

Tiếng trong thánh thót pha lê
Tiếng thầm thủ thỉ tiếng mê mẩn đời.

67

Âm ba
bát ngát mây trời
Âm đâu dìu dặt
như lời luyến thương

Âm sao tha thiết đêm trường
Âm như nhắc nhở vô thường sắc không.

68

Mình rời
phố chợ thong dong
Rong chơi phía trước
bụi hồng sau lưng

Vẫn thương núi cả cây rừng
Nhớ ơn các vị vua Hùng dựng nên.

69

Linh thiêng
quốc tổ miếu đền
Mấy ngàn năm vẫn
vững nền quốc gia

Một đêm sương lạnh sơn hà
Vườn khuya nở đoá thanh trà ngát hương.

70

Lạc bang
ở tận Tây phương
Mình an lạc trú
giữa đường tử sanh

Thị phi là chuyện đã đành
Điều hơi thở đắc thập thành công phu.

71

Rằng em
rất mực hiền từ
Hạc cầm nắn nót
đẹp như thiên thần

Không duyên đâu dễ được gần
Tri âm dẫu mới một lần được nghe.

72

Bây giờ
cách trở sơn khê
Mà mình phương ngoại
còn mơ lấy người

Có em ở giữa cuộc đời
Như ngôi sao ở giữa trời tuyết băng.

73

Giang hồ
say một đêm trăng
Người về cố quận
vẫn bằng ước mơ

Nước non này vẹn cõi bờ
Hiên ngang giữ vững ngọn cờ tự do.

74

Về đây
ru lại câu hò
Truyền thừa em nhé
cơ đồ ông cha

Trống Mê Linh dậy sơn hà
Thơ Thần Như Nguyệt ấy là tuyên ngôn.

75

Giặc giày xéo
nát hương thôn
Hịch truyền tướng sĩ
nức lòng ba quân

Lam Sơn tụ nghĩa phong thần
Bình Ngô Đại Cáo thêm lần giặc tan.

76

Cỡi voi
cổ thắt khăn vàng
Mùng năm thắng trận
rỡ ràng sử xanh

Vọi đồng lanh lảnh âm thanh
Khải hoàn ca khúc nhập thành Thăng Long.

77

Này em
nòi giống tiên rồng
Gắng công gìn giữ
nối giòng mai sau

Ngại gì công cuộc bể dâu
Tình mình in một vết sầu trăm năm.

78

Đêm nay
nghe tiếng hạc cầm
Tơ đồng tha thiết
vẫn thầm ước mơ

Mai kia mình lại tình cờ
Gặp người thanh vận bến bờ hương quan.

79

Hạc cầm
gảy khúc hợp tan
Phút giây này mãi
đến ngàn năm sau

Tình này ắt hẳn đậm sâu
Nợ này trói buộc từ lâu lẫy lừng.

80

Gió đâu
thổi mát sau lưng
Lòng này thương nhớ
người dưng quá trời

Người dưng đôi mắt biếc ngời
Nhìn nhau thầm biểu bao lời chứa chan.

81

Loay hoay
ở giữa đôi đàng
Làm sao biết được
niết bàn vô sanh

Bàn tay vỗ tiếng vô thanh
Kỳ tâm chẳng trụ mà thành Kim Cang.

82

Này em
chẳng thể nghĩ bàn
Liên Hoa Diệu Pháp
lại càng thậm thâm

Trong bùn trầm tích tháng năm
Nở ra thanh tịnh ấy mầm hoa sen.

83

Từ trong
bóng tối đêm đen
Tự mình thắp lấy
ngọn đèn mà đi

Nhớ rằng các pháp hữu vi
Vốn không thật chẳng hạn kỳ hoại không.

84

Mà em
mắt biếc má hồng
Cớ sao còn lại
đem lòng say mê

Quay đầu ắt hẳn là bờ
Ngặt mình còn mãi ngẩn ngơ sắc trần.

85

Thanh hương
chấp chặt mấy phần
Lại còn xúc cảm
thật gần gũi sao

Đời này nhiều nỗi lao đao
Tình dù lặng lẽ cũng xao xuyến lòng.

86

Hồn này
đậm chất phương Đông
Mà mê lấy khúc
tơ đồng phương Tây

Hồn này man mác trời mây
Mà say lấy kẻ bây bây má đào.

87

Hạc cầm
người gảy thanh tao
Ngón ngà lẩy khúc
lao xao hải triều

Tương tư cũng đã đến điều
Nhớ nhung từ những buổi chiều nắng hoen.

88

Khù khờ
chẳng chịu bon chen
Nửa đêm thi hứng
chong đèn ngắm hoa

Chiên đàn hương thoảng xa xa
Dấu giày in trước hiên nhà còn nguyên.

89

Sóng âm
lãng đãng còn truyền
Liêu trai biện hoá
những huyền thoại xưa

Mơ màng một cõi sầu đưa
Hạc cầm đâu đã tiếng vừa bay lên.

90

Này em
cung bậc miếu đền
Hay là âm hưởng
trên nền tịch dương

Khúc đâu bàng bạc vô thường
Một cung trời cũ thiên đường thênh thang.

91

Khúc đâu
lảnh lót phượng hoàng
Mà phương ngoại trắng
từng đàn hạc bay

Từ trong cố quận tháng ngày
Lời thương lời nhớ hao gầy người dưng.

92

Xa xôi
đến vạn dặm trường
Mà đời vốn thật
vô thường đổi thay

Vẫn còn có được hôm nay
Tạ lòng trân quý người hay chăng là.

93

Cho dầu
em có quên ta
Nhưng mình vẫn nhớ
dáng ngà mảnh mai

Trăm năm duyên nợ hình hài
Giấc hồ điệp mộng vẫn hoài thiết tha.

94

Mình về
phố thị phù hoa
Nửa đêm chợt vắng
phiếm ngà đâu đây

Rượu sầu ngây ngất men say
Muốn quên lại nhớ lòng lay lắt sầu.

95

Rập rờn
dưới ánh đèn màu
Bán mua cũng gọi
tình đầu một đêm

Phấn son chẳng thể vui thêm
Bóng người in một vết trầm thuỷ chung.

96

Chập chờn
giấc mộng nửa chừng
Dở chân lạc bước
một cung trời vàng

Em ngồi nắn nót cung đàn
Mải mê độc tấu giữa ngàn vũ công.

97

Sáng ra
đã giã rượu nồng
Lại về trấn cũ
vun trồng khóm hoa

Cuối mùa xuân hái ướp trà
Đợi người tri kỷ đến nhà đãi nhau.

98

Gõ bồn
ca khúc bể dâu
Ấy hồ điệp mộng
bạc đầu chửa thôi

Sông dài lớp lớp sóng bồi
Giang hồ bốn bể nối lời đệ huynh.

99

Vốn nòi
rất mực đa tình
Nửa đêm ngắm đoá
hoa quỳnh ngẩn ngơ

Ca ngâm lạc một lối về
Phong trần quá nửa chưa hề bư hao.

100

Này em
lận đận má đào
Vì ta để lụy
biết bao cho người

Tay không chẳng dám ngỏ lời
Dù mang tâm sự một trời luyến thương.

101

Đồng vàng
man mác hoa dương
Đường về cố quận
như dường xa hơn

Nghe trong gió vẳng tiếng đờn
Nỗi lòng ta tả tạ ơn bạc cầm.

102

Gọi tình
ấy khúc tri âm
Thương nhau chẳng đặng
vẫn thầm thiết tha

Khúc trôi theo nước quan hà
Khúc đâu bàng bạc dưới tà dương huy.

103

Ngàn con bướm
vũ xuân thì
Trăm năm là giấc
mộng vì tương tư

Mình về lật lại trang thư
Nhớ mùa hạ cũ ta từ tạ nhau.

104

Tình nào
cũng nhuốm thương đau
Hồn nào thao thức
cũng sầu em ơi

Mình còn lận đận ở đời
Hạc cầm văng vẳng một trời thênh thang.

105

Cảm ơn
người ngọc gảy đàn
Đời hoang vu có
bạn vàng sướng sao

Bỏ qua thân phận thấp cao
Người nghe người ấy biết bao nhiêu tình.

106

Trời phương ngoại
vẫn một mình
Người trong cố quận
vẫn bình dung xa

Trùng dương vạn dặm hải hà
Tâm hồn đồng điệu vẫn là có nhau.

107

Sa-Bà này
chắc dài lâu
Tử sanh bất chợt
bể dâu lẽ thường

Ví dầu mình đủ can trường
Nắm tay đi hết đoạn đường trăm năm.

108

Thiết tha
ta gọi bạc cầm
Nửa đời đã lỡ
vẫn thầm nhớ nhung

Ngón ngà người khảy tơ rung
Âm ba dậy sóng trùng trùng trắng mây.

TIỂU LỤC THẦN PHONG
Ất Lăng thành, 6/2018

Mục lục

Bài	Trang	Bài	Trang	Bài	Trang
* Lời dẫn	7	37	47	73	83
1	11	38	48	74	84
2	12	39	49	75	85
3	13	40	50	76	86
4	14	41	51	77	87
5	15	42	52	78	88
6	16	43	53	79	89
7	17	44	54	80	90
8	18	45	55	81	91
9	19	46	56	82	92
10	20	47	57	83	93
11	21	48	58	84	94
12	22	49	59	85	95
13	23	50	60	86	96
14	24	51	61	87	97
15	25	52	62	88	97
16	26	53	63	89	99
17	27	54	64	90	100
18	28	55	65	91	101
19	29	56	66	92	102
20	30	57	67	93	103
21	31	58	68	94	104
22	32	59	69	95	105
23	33	60	70	96	106
24	34	61	71	97	107
25	35	62	72	98	108
26	36	63	73	99	195
27	37	64	74	100	110
28	38	65	75	101	111
29	39	66	76	102	112
30	40	67	77	103	113
31	41	68	78	104	114
32	42	69	79	105	115
33	43	70	80	106	116
34	44	71	81	107	117
35	45	72	82	108	118
36	46				

Liên lạc Tác giả
Tiểu Lục Thần Phong
freedomsteven_01@yahoo.com

Liên lạc Nhà xuất bản
Nhân Ảnh
han.le3359@gmail.com
(408) 722-5626

www.ingramcontent.com/pod-product-compliance
Lightning Source LLC
Chambersburg PA
CBHW020143130526
44591CB00030B/186